AF372617

 **Tủ Sách Bảo Anh Lạc 88**

LỄ VÍA QUAN ÂM BỒ TÁT

(NGÀY 19 THÁNG 2, 6, 9 ÂM LỊCH)

Thích Nữ Giới Hương
biên soạn

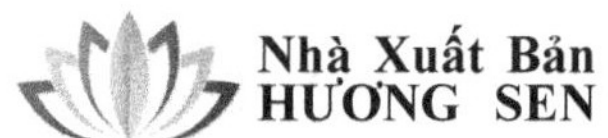 Nhà Xuất Bản
HƯƠNG SEN

HƯƠNG SEN PUBLISHER

Huong Sen Buddhist Temple

19865 Seaton Avenue,

Perris, CA 92570, USA

Tel: 951-657-7272, Cell: 951-616-8620

Email: huongsentemple@gmail.com,

thichnugioihuong@yahoo.com

Facebook:https://www.facebook.com/huongsentemple

Web: www.huongsentemple.com

First edition © 2024 Huong Sen Buddhist Temple

MỤC LỤC

CÚNG HƯƠNG

*(Quì ngay thẳng, cầm 3 cây hương
dâng ngang trán, chỉ chủ lễ niệm)*
Nguyện dâng hương mầu nầy
Cúng dường tất cả Phật
Tôn Pháp, chư Bồ Tát
Thinh Văn và Duyên Giác
Cùng các bậc Thánh Hiền
Duyên khởi đài sáng chói
Khắp xông mười phương cõi
Tỏa ngát các chúng sanh
Đều phát tâm Bồ Đề
Xa lìa các vọng nghiệp
Trọn nên Đạo Vô Thượng.
Nam Mô Hương Cúng Dường Bồ Tát
Ma Ha Tát. (o) (1 xá)

TÁN THÁN QUÁN THẾ ÂM

Đảnh lễ Quán Âm đại bi chủ,
Nguyện lực hồng thâm tướng hảo thân,
Nghìn tay trang nghiêm khắp hộ trì,
Nghìn mắt quang minh khắp quán chiếu.
Trong lời chân thật tuyên mật ngữ,
Trong tâm vô vi khởi bi tâm,
Sớm khiến mãn nguyện mọi hy cầu,

Vĩnh viễn diệt trừ bao tội nghiệp.

Long thiên thánh chúng đồng từ hộ,

Ngàn trăm tam muội đốn huân tu,

Thọ trì, thân chính quang minh tràng.

Thọ trì, tâm chính thần thông tạng.

Tẩy rửa trần lao nguyện như biển,

Siêu chứng Bồ- đề, phương tiện môn.

Con nay xưng tụng, nguyện quy y,

Tùy nguyện theo tâm ắt viên mãn.

Nam Mô Đại Bi Quan Thế Âm Bồ tát. (3 lần) (o)

CẦU NGUYỆN

Hôm nay lễ Vía Quan Âm (đản sanh ngày 19 tháng 2, hay thành đạo 19 tháng 6 hay xuất gia 19 tháng 9 âm lịch), **đệ tử chúng con** (chủ lễ) **là.... và các Phật tử Chùa Hương Sen, đạo tràng Perris, California, vân tập tại đại hùng bảo điện chùa Hương Sen, Perris, California, Hoa Kỳ, thành tâm thiết lễ Vía Quan Âm, cúng dường hương hoa bánh trái, đốt nén tâm hương, dốc lòng bái thỉnh, nguyện trì tụng** (Ngũ Bách Danh, Kinh Sức Mạnh Quan Âm, Kinh Phổ Môn...) **xưng tán Hồng Danh, tu hành công đức.**

Chúng con kiền thành cung thỉnh mười phương Chư Phật, Quan Thế Âm Tát cùng các vị Bồ tát, tịnh đức chúng tăng, từ bi gia hộ cho.... (quý danh hay đệ tử chúng con), **phiền-não dứt sạch, nghiệp**

chướng tiêu trừ, tai qua nạn khỏi, thường được an lành, xa lìa khổ ách, cùng hết thảy chúng sanh, một thời đồng chứng Vô Thượng Chánh Đẳng Chánh Giác. (o) (1 xá)

Nam Mô Đại Từ Đại Bi Tầm Thinh Cứu Khổ Cứu Nạn Quan Thế Âm Bồ Tát tác đại chứng minh. (3 lần) (o)

KHEN NGỢI PHẬT

Đấng Pháp Vương vô thượng
Ba cõi chẳng ai bằng
Thầy dạy khắp trời, người
Cha lành chung bốn loài
Quy y tròn một niệm
Dứt sạch nghiệp ba kỳ
Xưng dương cùng tán thán
Ức kiếp không cùng tận. (o) (1 xá)

QUÁN TƯỞNG PHẬT

Phật, chúng sanh tánh thường rỗng lặng
Đạo cảm thông không thể nghĩ bàn
Lưới đế châu ví đạo tràng
Mười phương Phật hiện hào quang sáng ngời
Trước bảo tọa thân con ảnh hiện
Cúi đầu xin thệ nguyện quy y. (o)

ĐẢNH LỄ
(Đại chúng đồng tụng)

Chí tâm đảnh lễ:

Nam Mô tận hư không biến pháp giới quá, hiện, vị lai thập phương chư Phật, Tôn Pháp Hiền Thánh Tăng thường trụ Tam Bảo. (o) (1 lạy)

Chí tâm đảnh lễ:

Nam Mô Ta Bà Giáo Chủ Bổn Sư Thích Ca Mâu Ni Phật, Đương Lai Hạ Sinh Di Lặc Tôn Phật, Đại Trí Văn Thù Sư Lợi Bồ Tát, Đại Hạnh Phổ Hiền Bồ Tát, Hộ Pháp Chư Tôn Bồ Tát, Linh Sơn Hội Thượng Phật Bồ Tát. (o) (1 lạy)

Chí tâm đảnh lễ:

Nam Mô Tây Phương Cực Lạc Thế Giới Đại Từ Đại Bi A Di Đà Phật, Đại Bi Quán Thế Âm Bồ Tát, Đại Thế Chí Bồ Tát, Đại Nguyện Địa Tạng Vương Bồ Tát, Thanh Tịnh Đại Hải Chúng Bồ Tát. (o) (1 lạy)

TÁN DƯƠNG CHI
(Mời ngồi xuống và khai chuông mõ)

Cành dương nước tịnh nhiệm mầu

Rưới tắt muôn vàn cảnh khổ đau

Chư Thiên mát mẻ, tâm thanh tịnh

Nhân thế vui tươi, cảnh an nhàn

Cam lồ rưới khắp trần gian

Lửa sân dứt sạch, sen vàng nở hoa. (o)

Nam Mô Thanh Lương Địa Bồ Tát
Ma Ha Tát. (3 lần) (o)

CHÚ ĐẠI-BI

Nam Mô Đại Bi Hội Thượng Phật Bồ Tát.
(3 lần) (o)

Thiên thủ thiên nhãn vô ngại đại-bi tâm đà-la-ni.

Nam Mô hắc ra đát na, đa ra dạ da. Nam Môa rị da, bà lô yết đế, thước bát ra da, Bồ-đề tát đỏa bà da, ma ha tát đỏa bà da, ma ha ca lô ni ca da, án, tát bàn ra phạt duệ số đát na đát tỏa.

Nam Mô tất kiết lật đỏa y mông a rị da, bà lô kiết đế thất Phật ra lăng đà bà.

Nam Mô na ra cẩn trì hê rị ma ha bàn đa sa mế, tát bà a tha đậu thâu bằng, a thệ dựng, tát bà tát đa, na ma bà già, ma phạt đạt đậu, đát điệt tha. Án a bà lô hê, lô ca đế, ca ra đế, di hê rị, ma ha bồ-đề tát đỏa, tát bà tát bà, ma ra ma ra, ma hê ma hê, rị đà dựng, cu lô cu lô kiết mông, độ lô độ lô, phạt xà da đế, ma ha phạt xà da đế, đà ra đà ra, địa rị ni, thất Phật ra da, dá ra dá ra. Mạ mạ phạt ma ra, mục đế lệ, y hê y hê, thất na thất na a ra sâm Phật ra xá-lợi, phạt sa phạt sâm, Phật ra xá da, hô lô hô lô ma ra, hô lô hô lô hê rị, ta ra ta ra, tất rị tất rị, tô rô tô rô, bồ-đề dạ bồ-đề dạ, bồ-đà dạ, bồ-đà dạ, di đế rị dạ, na ra cẩn trì địa rị sắc ni na, ba dạ ma na ta bà ha. Tất đà dạ ta bà ha. Ma ha tất đà dạ ta bà ha. Tất đà du nghệ thất bàn ra dạ, ta bà ha. Na ra cẩn trì ta bà ha. Ma ra na ra ta bà ha. Tất ra tăng a mục khê da, ta bà ha. Ta bà ma ha, a tất đà dạ, ta bà ha. Giả kiết ra a tất đà dạ, ta bà ha. Ba đà ma yết tất đà dạ, ta bà ha. Na ra cẩn trì bàn đà ra dạ, ta bà ha. Ma bà lị thắng yết ra dạ, ta bà ha.

Nam Mô hắc ra đát na, đa ra dạ da. Nam Mô a rị da, bà lô yết đế, thước bàng ra dạ, ta bà ha.

Án tất điện đô, mạn đa ra, bạt đà dạ, ta bà ha. (3 lần) (o)

Nam mô Thập phương Thường trú Tam Bảo.
(3 lần) (o)

KHAI KINH KỆ

Thăm thẳm cao siêu Pháp nhiệm mầu
Trăm ngàn muôn kiếp khó tìm cầu,
Con nay nghe thấy chuyên trì niệm,
Nguyện tỏ Như Lai nghĩa nhiệm mầu.
Nam Mô Bổn Sư Thích Ca Mâu Ni Phật. (3 lần) (o)
Nam Mô Đại Bi Quan Thế Âm Bồ Tát. (3 lần) (o)

KINH SỨC MẠNH QUAN ÂM

"Thế Tôn muôn vẻ đẹp
Con xin hỏi lại Người
Bồ Tát kia vì sao
Tên là Quan Thế Âm?"

Bậc diệu tướng từ tôn
Trả lời Vô Tận Ý:
"Vì hạnh nguyện Quan Âm
Đáp ứng được muôn nơi.

"Lời thề rộng như biển
Vô lượng kiếp qua rồi
Đã theo ngàn muôn Bụt
Phát nguyện lớn thanh tịnh. (o)

"Ai nghe danh, thấy hình
Mà tâm sanh chánh niệm
Thì thoát khổ mọi cõi
Đây nói sơ lược thôi.

"Nếu có ai ác ý
Xô vào hầm lửa lớn
Niệm sức mạnh Quan Âm
Hầm lửa biến hồ sen.

"Đang trôi giạt đại dương
Gặp nạn Rồng, Quỷ, Cá
Niệm sức mạnh Quan Âm
Sóng gió không nhận chìm.

"Đứng chóp núi Tu Di
Bị người ta xô ngã
Niệm sức mạnh Quan Âm
Như mặt trời trên không.

"Bị người dữ đuổi chạy
Rơi xuống núi Kim Cương
Niệm sức mạnh Quan Âm
Không hao một mảy lông. (o)

"Bị oán tặc vây hãm
Cầm đao thương sát hại
Niệm sức mạnh Quan Âm

Oán tặc thấy thương tình.

"Bị khổ nạn vua quan
Sắp sửa bị gia hình
Niệm sức mạnh Quan Âm
Đao kiếm gãy từng khúc.

"Nơi tù ngục xiềng xích
Chân tay bị gông cùm
Niệm sức mạnh Quan Âm
Được tháo gỡ tự do.

"Gặp thuốc độc, trù, ếm
Nguy hại đến thân mình
Niệm sức mạnh Quan Âm
Người gây lại gánh chịu.

"Gặp La Sát hung dữ
Rồng độc và quỷ ác
Niệm sức mạnh Quan Âm
Hết dám làm hại ta. (o)

"Gặp ác thú vây quanh
Nanh vuốt thật hãi hùng
Niệm sức mạnh Quan Âm
Đều vội vàng bỏ chạy.

"Rắn độc và bò cạp
Lửa khói un hơi độc
Niệm sức mạnh Quan Âm
Theo tiếng tự lui về.

"Sấm sét, mây, điện, chớp
Mưa đá tuôn xối xả
Niệm sức mạnh Quan Âm
Đều kịp thời tiêu tán.

"Chúng sanh bị khốn ách
Vô lượng khổ bức thân
Trí lực mầu Quan Âm
Cứu đời muôn vạn cách.

"Trí phương tiện quảng đại
Đầy đủ sức thần thông
Mười phương trong các cõi
Không đâu không hiện thân. (o)

"Những nẻo về xấu ác
Địa ngục, quỷ, súc sinh
Khổ sinh, lão, bệnh, tử
Cũng từ từ dứt sạch.

"Quán Chân, quán Thanh Tịnh
Quán Trí Tuệ rộng lớn
Quán Bi và quán Từ
Thường nguyện, thường chiêm ngưỡng.

"Quán Vô Cấu, Thanh Tịnh
Mặt trời Tuệ phá ám
Điều phục nạn, gió, lửa
Chiếu sáng khắp thế gian.

"Tâm Bi như sấm động
Lòng Từ như mây hiền
Pháp cam lộ mưa xuống
Dập trừ lửa phiền não.

"Nơi án tòa kiện tụng
Chốn quân sự hãi hùng
Niệm sức mạnh Quan Âm

Oán thù đều tiêu tán. (o)

"Tiếng Nhiệm, tiếng Quan Âm
Tiếng Phạm, tiếng Hải Triều
Tiếng Vượt Thoát Tiếng Đời
Hãy thường nên quán niệm.

"Từng niệm không nghi ngờ
Trong ách nạn khổ chết.
Quan Âm là tịnh thánh
Là nơi cần nương tựa.

"Đầy đủ mọi công đức
Mắt thương nhìn thế gian
Biển Phước chứa vô cùng
Nên ta cần đảnh lễ."

Nam mô Bồ Tát Quan Thế Âm. (ooo)
*(Kinh Pháp Hoa, phẩm Phổ Môn,
tạng Kinh Đại Chánh, kinh thứ 262)*

(Lạy thêm Ngũ Bách Danh hay tụng Kinh Phổ
Môn nếu đại chúng có thời gian)

XƯNG TÁN ĐỨC QUÁN ÂM

Phổ Môn thị hiện

Cứu khổ nhân sinh,

Thuyền từ lướt sóng,

Bốn biển điêu linh

Trùng dương vọng tiếng hồn kinh,

Quán Âm ứng hiện, chúng sinh thoát nàn. (o)

Nam Mô Thánh Quan Tự Tại Bồ Tát
Ma Ha Tát. (3 lần) (o)

MƯỜI HAI NGUYỆN LỚN

1. Nam Mô hiệu Viên-Thông, danh Tự Tại, Quan-Âm Như Lai quảng-phát hoằng thệ nguyện. (o) (1 lạy)

2. Nam Mô nhứt niệm tâm vô quái ngại, Quan-Âm Như Lai thường cư Nam Hải nguyện. (o) (1 lạy)

3. Nam Mô trú Ta-Bà U-Minh giới Quan Âm Như-Lai tầm thanh cứu khổ Nguyện. (o) (1 lạy)

4. Nam Mô hàng tà ma, trừ yêu quái Quan Âm Như-Lai năng trừ nguy hiểm nguyện. (o) (1 lạy)

5. Nam Một hanh tịnh bình thùy dương liễu, Quan Âm Như-Lai cam-lộ sái tâm nguyện. (o) (1 lạy)

6. Nam Mô Đại-Từ bi năng hỉ xả, Quan Âm

Như-Lai thường hành bình đẳng nguyện. (o) (1 lạy)

7. Nam Mô trú dạ tuần vô tổn hoại, Quan Âm Như-Lai thệ diệt tam đồ nguyện. (o) (1 lạy)

8. Nam Mô vọng Nam nham cầu lễ bái, Quan Âm Như-Lai, già tỏa giải thoát nguyện. (o) (1 lạy)

9. Nam Mô tạo pháp-thuyền du khổ hải, Quan Âm Như-Lai độ tận chúng sanh nguyện. (o) (1 lạy)

10. Nam Mô tiền tràng phan, hậu bảo cái, Quan Âm Như-Lai tiếp dẫn Tây Phương nguyện. (o) (1 lạy)

11. Nam Mô Vô Lượng Thọ Phật cảnh giới, Quan Âm Như-Lai Di Đà thọ ký nguyện. (o) (1 lạy)

12. Nam Mô đoan nghiêm thân vô tỉ trại, Quan Âm Như-Lai quả tu thập nhị nguyện. (o) (1 lạy)

KINH BÁT NHÃ BA LA MẬT

Khi Ngài Quán Tự Tại Bồ Tát thực hành sâu xa pháp Bát Nhã Ba La Mật Đa, Ngài soi thấy năm uẩn đều không, qua hết thảy khổ ách.

"Này Xá Lợi Phất, sắc chẳng khác không, không chẳng khác sắc, sắc tức là không, không tức là sắc. Thọ, Tưởng, Hành, Thức cũng đều như thế".

"Này Xá Lợi Phất, 'tướng không của mọi pháp'

không sanh, không diệt, không dơ, không sạch, không thêm, không bớt, nên trong 'chân không', không có sắc, không có thọ, tưởng, hành, thức, không có mắt, tai, mũi, lưỡi, thân, ý, không có sắc, thinh, hương, vị, xúc, pháp, không có nhãn giới, cho đến không có ý thức giới, không có vô minh, cũng không có cái hết vô minh, cho đến không có già chết, cũng không có cái hết già chết, không có khổ, tập, diệt, đạo, không có trí huệ, cũng không có chứng đắc.

Vì không có chỗ chứng đắc, nên Bồ Tát y theo Bát Nhã Ba La Mật Đa, tâm không ngăn ngại. Vì không ngăn ngại, nên không sợ hãi, xa hẳn điên đảo, mộng tưởng, đạt tới cứu cánh Niết Bàn.

Chư Phật trong ba đời cũng y theo Bát Nhã Ba La Mật Đa, được đạo quả vô thượng chánh đẳng chánh giác.

Nên biết Bát Nhã Ba La Mật Đa là Đại Thần Chú, là Đại Minh Chú, là Vô Thượng Chú, là Vô Đẳng Đẳng Chú, trừ được hết thảy khổ, chân thật không hư".

Vì vậy, liền nói Chú Bát Nhã Ba La Mật Đa:

"Yết đế, yết đế, ba la yết đế, ba la tăng yết đế, bồ đề tát bà ha". (3 lần) (o)

VÃNG SANH QUYẾT ĐỊNH CHÂN NGÔN

Nam-mô a di đa bà dạ

Đa tha dà đa dạ

Đa địa dạ tha.

A di rị đô bà tỳ

A di rị đa tất đam bà tỳ

A di rị đa tì ca lan đế

A di rị đa, tì ca lan đa

Dà di nị dà dà na

Chỉ đa ca lệ ta bà ha. (3 lần) (o)

NIỆM PHẬT

A Di Đà Phật thân sắc vàng

Tướng tốt quang minh tự trang nghiêm

Năm Tu Di uyển chuyển bạch hào

Bốn biển lớn trong ngần mắt biếc

Trong hào quang hóa vô số Phật

Vô số Bồ tát hiện ở trong

Bốn mươi tám nguyện độ chúng sanh

Chín phẩm sen vàng lên giải thoát

Quy mạng lễ A Di Đà Phật

Ở phương Tây thế giới an lành

Con nay xin phát nguyện vãng sanh

Cúi xin Đức Từ Bi tiếp độ.

Nam-mô Tây-phương Cực-lạc thế-giới, đại-từ đại-bi, A-Di-Đà Phật.

Nam-mô A-Di-Đà Phật. (3 lần) (o)

Nam-mô Đại-bi Quán-Thế-Âm Bồ-tát. (3 lần) (o)

Nam-mô Đại-Thế-Chí Bồ-tát. (3 lần) (o)

Nam-mô Địa-Tạng Vương Bồ-tát. (3 lần) (o)

Nam-mô Thanh-tịnh Đại-Hải chúng Bồ-tát. (3 lần) (ooo)

QUÁN NGUYỆN

Lạy đức Quán Thế Âm Bồ Tát

Chúng con xin học theo hạnh Ngài, biết lắng tai nghe cho cuộc đời bớt khổ. Ngài là trái tim biết nghe và biết hiểu. Chúng con xin tập ngồi nghe với tất cả sự chú tâm và thành khẩn của chúng con. Chúng con xin tập ngồi nghe với tâm không thành kiến. Chúng con xin tập ngồi nghe mà không phán xét, không phản ứng. Chúng con xin nguyện ngồi nghe chăm chú để có thể hiểu được những điều đang nghe và cả những điều không nói. Chúng con biết chỉ cần lắng nghe thôi, chúng con cũng đã làm vơi bớt rất nhiều khổ đau của kẻ khác rồi.

Lạy đức Văn Thù Sư Lợi Bồ Tát,

Chúng con xin học theo hạnh Ngài, biết dừng lại và nhìn sâu vào lòng sự vật và vào lòng người. Chúng con xin tập nhìn với tất cả sự chú tâm và thành khẩn của chúng con. Chúng con xin tập nhìn với con mắt không thành kiến. Chúng con xin tập nhìn mà không phán xét, không phản ứng. Chúng con nguyện tập nhìn sâu để thấy và để hiểu những gốc rễ của mọi khổ đau, để thấy được tự tánh vô thường và vô ngã của vạn vật. Chúng con xin học theo hạnh Ngài, dùng gươm trí tuệ để đoạn trừ phiền não, giải thoát khổ đau cho chúng con và cho mọi giới.

Lạy đức Phổ Hiền Bồ Tát,

Chúng con xin học theo hạnh nguyện của Ngài, biết đem con mắt và trái tim đi vào cuộc sống. Chúng con xin nguyện buổi sáng dâng niềm vui cho người, buổi chiều giúp người bớt khổ. Chúng con biết hạnh phúc của người chính là hạnh phúc của mình, và nguyện thực hiện niềm vui trên con đường phụng sự. Chúng con biết mỗi lời nói, mỗi cái nhìn, mỗi cử chỉ và mỗi nụ cười đều có thể đem lại hạnh phúc cho người. Chúng con biết rằng, nếu chúng con siêng năng tu tập, thì tự thân chúng con có thể là một nguồn an lạc bất tuyệt cho những người thân yêu của chúng con và cho cả muôn loài.

HỒI HƯỚNG

Vía Quan Âm công đức, hạnh nhiệm mầu
Thắng phước bao nhiêu con nguyện cầu
Tất cả chúng sanh trong pháp giới
Hướng về Phật Pháp tỏ đạo mầu.
Nguyện cho ba chướng tiêu tan
Phiền não dứt sạch, huệ căn sang ngời
Cầu cho con được đời đời
Hành Bồ Tát Đạo, cứu đời lầm than.
Nguyện sanh Tây Phương, cõi Lạc Bang
Cha mẹ, sen vàng chín phẩm sanh
Hoa nở, thấy Phật, quả viên thành
Các vị Bồ Tát bạn lành với ta. (o)

NGỒI THIỀN

*(Mỗi người im lặng tĩnh tâm tự cầu nguyện
và thiền 15 phút)*
Canh năm Bát nhã chiếu vô biên
Chẳng khởi một niệm khắp tam thiên
Muốn thấy chân như tánh bình đẳng
Dè dặt sanh tâm trước mắt liền. (o)
Lý diệu ảo huyền không lường được
Dụng công đuổi bắt càng nhọc lòng
Nếu không một niệm mới thật tìm
Còn có tâm tìm còn chẳng biết.

Chủ lễ xướng: **Nam Mô Bổn Sư Thích Ca Mâu Ni Phật.** (o)

Đại chúng đáp lại: **Nam Mô Bổn Sư Thích Ca Mâu Ni Phật.** (3 lần) (o)

Nam Mô A Di Đà Phật

PHỤC NGUYỆN

Nam mô Thiên thủ, Thiên nhãn, Ngũ bách danh tầm thanh cứu khổ cứu nạn, linh cảm Quán Thế Âm Bồ Tát tác đại chứng minh.

Chúng con có nghe Đức Phật dạy trong kinh Diệu Pháp Liên Hoa, phẩm Phổ Môn rằng:

"Dù chỉ nghe tên Quán Thế Âm

Hay dù chỉ thấy bức chân dung

Nhất tâm trì niệm hồng danh ấy

Thoát mọi hung tai, được cát tường".

Hôm nay lễ Vía Quan Âm (đản sanh ngày 19 tháng 2, hay thành đạo 19 tháng 6 hay xuất gia 19 tháng 9 âm lịch), **đệ tử chúng con** (chủ lễ) **là.... và các Phật tử Chùa Hương Sen, đạo tràng Perris, California, vân tập tại đại hùng bảo điện chùa Hương Sen, Perris, California, Hoa Kỳ, thành tâm thiết lễ Vía Quan Âm, cúng dường hương hoa bánh trái, đốt nén tâm hương, dốc lòng bái thỉnh, nguyện trì tụng** (Ngũ Bách Danh, Kinh Sức Mạnh Quan Âm, Kinh Phổ Môn...) **xưng tán Hồng**

Danh, tu hành công đức.

Nguyện đem công đức này cầu cho Phật sự phát triển chùa Hương Sen, Perris, Califronia, thành chốn tùng lâm nghiêm tu, ngày một thành tựu, được sự ủng hộ gia trì của đàn việt tín tâm, chư thiên hộ pháp, bồ tát và mười phương chư Phật, để Phật nhật tăng huy, pháp luân thường chuyển, mưa thuận gió hòa, quốc thới dân an.

Nguyện đem công đức này cầu an cho Phật tử… (tên, pháp danh, tuổi) **cùng với các vị gia chủ và các Phật tử hiện diện tại đây: tai qua nạn khỏi, tật bịnh tiêu trừ, nghiệp chướng tiêu tan, gia đạo bình an, thân tâm thường an lạc, quanh năm đều được vạn sự cát tường như ý. Nguyện cho các vị tâm Bồ đề kiên cố, chí tu học vững bền, tự giác, giác tha, giác hạnh viên mãn.**

Lại nguyện đem công đức này cầu siêu cho hương linh… (tên, pháp danh, hưởng thọ) **cùng cửu huyền thất tổ, nội ngoại hai bên, phụ mẫu quá vãng nhiều đời, nhiều kiếp của chúng con và tất cả các hương linh ký tự tại Chùa Hương Sen, anh hùng chiến sĩ, vì nước hy sinh, đồng bào tử nạn, mười hai loại cô hồn, chết sông, chết chợ, đầu đường, xó chợ, nay được an lành, nghe kinh kệ siêu thăng tịnh độ, vượt qua bể khổ, thoát khỏi Ta Bà, sen vàng chín phẩm nở hoa, pháp thân hiện Di Đà thọ ký.**

Sau cùng, nguyện chúng con cùng tất cả chúng

sanh đều sớm trọn thành Phật đạo.

Đại chúng đồng niệm: **Nam Mô A Di Đà Phật.** (o)

KÍNH LỄ

(Đại chúng đứng lên)
Bao nhiêu tất cả nhân sư tử
Mười phương ba đời cùng các cõi
Con đem thân miệng ý thanh tịnh
Lạy khắp tất cả không còn dư. (o)

Nhất tâm đảnh lễ, đệ tử chúng con đại vì bốn ân ba cõi chí thành đảnh lễ:

Nam Mô Quá Khứ Trang Nghiêm Kiếp Thiên Phật. (1 lạy) (o)

Nhất tâm đảnh lễ, đệ tử chúng con đại vì bốn ân ba cõi chí thành đảnh lễ:

Nam Mô Hiện Tại Hiền Kiếp Thiên Phật.
(1 lạy) (o)

Nhất tâm đảnh lễ, đệ tử chúng con đại vì bốn ân ba cõi chí thành đảnh lễ:

Nam Mô Vị Lai Tinh Tú Kiếp Thiên Phật.
(1 lạy) (o)

TAM QUY

Con nương theo Phật, cầu cho chúng sanh

Tin chắc Đạo cả, phát lòng vô thượng. (1 lạy) (o)

Con nương theo Pháp, cầu cho chúng sanh
Thấu rõ kinh tạng, trí huệ như biển. (1 lạy) (o)

Con nương theo Tăng, cầu cho chúng sanh
Kính tín hòa hợp, tất cả không ngại. (1 lạy) (ooo)

Nguyện đem công đức này
Hướng về khắp tất cả
Đệ tử và chúng sanh
Đều trọn thành Phật đạo. (ooo)

BÀI KỆ CHƯ THIÊN

Trời, A-tu-la, Dạ xoa thảy
Đến nghe pháp đó nên chí tâm
Ủng hộ Phật pháp khiến thường còn
Mỗi vị siêng tu lời Phật dạy.
Bao nhiêu người nghe đến chốn này
Hoặc trên đất liền hoặc hư không
Thường với người đời sanh lòng từ
Ngày đêm tự mình nương pháp ở.
Nguyện các thế giới thường an ổn

Phước trí vô biên lợi quần sanh
Bao nhiêu tội chướng thảy tiêu trừ
Xa lìa các khổ về viên tịch.
Hằng dùng giới hương xoa vóc sáng
Thường trì định phục để giúp thân
Hoa mầu bồ đề khắp trang nghiêm
Tùy theo chỗ ở thường an lạc. (o)
Nam mô Tam Châu Cảm Ứng Hộ Pháp Vi Đà Tôn Thiên Bồ Tát Ma Ha Tát. (3 lần) (o)
Thỉnh đại chúng đi niệm Phật 1 vòng khắp sân chùa rồi hồi hướng và dùng cơm trưa.

TỦ SÁCH BẢO ANH LẠC
do Ni Sư Tiến Sĩ TN Giới Hương biên soạn

1.1. SÁCH TIẾNG VIỆT

1. *Bồ-tát và Tánh Không Trong Kinh Tạng Pali và Đại Thừa.*

2. *Ban Mai Xứ Ấn -Tuyển tập các Tiểu Luận Phật Giáo (3 tập).*

3. *Vườn Nai – Chiếc Nôi.*

4. *Quy Y Tam Bảo và Năm Giới.*

5. *Vòng Luân Hồi.*

6. *Hoa Tuyết Milwaukee.*

7. *Luân Hồi trong Lăng Kính Lăng Nghiêm.*

8. *Nghi Thức Hộ Niệm, Cầu Siêu.*

9. *Quan Âm Quảng Trần.*

10. *Nữ Tu và Tù Nhân Hoa Kỳ.*

11. *Nếp Sống Tỉnh Thức của Đức Đạt Lai Lạt Ma Thứ XIV.*

12. *A-Hàm: Mưa pháp chuyển hóa phiền não, 2 tập.*

13. *Góp Từng Hạt Nắng Perris.*

14. *Pháp Ngữ của Kinh Kim Cang.*

15. *Tập Thơ Nhạc Nắng Lăng Nghiêm.*

16. *Nét Bút Bên Song Cửa.*

17. *Máy Nghe MP3 Hương Sen* (Hương Sen Digital Mp3 Radio Speaker): Các Bài Giảng, Sách, Bài viết và Thơ Nhạc của Thích Nữ Giới Hương (383/201 bài).

18. *DVD Giới Thiệu về Chùa Hương Sen.*

19. *Ni Giới Việt Nam Hoằng Pháp tại Hoa Kỳ.*

20. *Tuyển Tập 40 Năm Tu Học & Hoằng Pháp của Ni sư Giới Hương*, Thích Nữ Viên Quang, TN Viên Nhuận, TN Viên Tiến, and TN Viên Khuông.

21. *Tập Thơ Nhạc Lối Về Sen Nở.*

22. *Nghi Thức Công Phu Khuya – Thần Chú Thủ Lăng Nghiêm.*

23. *Nghi Thức Cầu An – Kinh Phổ Môn.*

24. *Nghi Thức Cầu An – Kinh Dược Sư.*

25. *Nghi Thức Sám Hối Hồng Danh.*

26. *Nghi Thức Công Phu Chiều – Mông Sơn Thí Thực.*

27. *Khóa Tịnh Độ – Kinh A Di Đà.*

28. *Nghi Thức Cúng Linh và Cầu Siêu.*

29. *Nghi Lễ Hàng Ngày - 50 Kinh Tụng và các Lễ Vía trong Năm.*

30. *Hương Đạo Trong Đời 2022* - Tuyển tập 60 Bài Thi trong Cuộc Thi Viết Văn Ứng Dụng Phật Pháp 2022.

31. *Hương Pháp 2022* (Tuyển Tập Các Bài Thi Trúng Giải Cuộc Thi Viết Văn Ứng Dụng Phật Pháp 2022.

32. *Giới Hương - Thơm Ngược Gió Ngàn*, Nguyên Hà.

33. *Pháp Ngữ Kinh Hoa Nghiêm* (2 tập). Thích Nữ Giới Hương.

34. *Tinh Hoa Kinh Hoa Nghiêm.* Thích Nữ Giới Hương. NXB Hương Sen.

35. *Phật Giáo – Tầm Nhìn Lịch Sử Và Thực Hành.* Hiệu đính: Thích Hạnh Chánh và Thích Nữ Giới Hương.

36. *Nhật ký Hành Thiền Vipassana và Kinh Tứ Niệm Xứ.*

37. *Nghi cúng Giao Thừa.*

38. *Nghi cúng Rằm Tháng Giêng.*

39. *Nghi thức Lễ Phật Đản.*

40. *Nghi thức Vu Lan.*

41. *Lễ Vía Quan Âm.*

42. *Nghi cúng Thánh Tổ Kiều Đàm Di.*

43. *Nghi thức cúng Tổ và Giác linh Sư trưởng.*

1.2. SÁCH TIẾNG ANH

1. *Boddhisattva and Sunyata in the Early and Developed Buddhist Traditions.*

2. *Rebirth Views in the Śūraṅgama Sūtra.*

3. *Commentary of Avalokiteśvara Bodhisattva.*

4. *The Key Words in Vajracchedikā Sūtra.*

5. *Sārnātha-The Cradle of Buddhism in the Archeological View.*

6. *Take Refuge in the Three Gems and Keep the Five Precepts.*

Bhikṣuṇī TN Gioi Huong.

29. *Contribution of Buddhism For World Peace & Social Harmony.* Edited by Ven. Dr. Buddha Priya Mahathero and Ven. Dr. Bhikṣuṇī TN Gioi Huong.

30. *Global Spread of Buddhism with Special Reference to Sri Lanka.* Buddhist Studies Seminar in Kandy University. Edited by Prof. Ven. Medagama Nandawansa and Dr. Bhikṣuṇī TN Gioi Huong.

31. *Buddhism In Sri Lanka During The Period of 19th to 21st Centuries.* Buddhist Studies Seminar in Colombo. Edited by Prof. Ven. Medagama Nandawansa and Dr. Bhikṣuṇī TN Gioi Huong.

32. *Diary: Practicing Vipassana and the Four Foundations of Mindfulness Sutta.*

1.3. SÁCH SONG NGỮ (VIETNAMESE-ENGLISH)

1. *Bản Tin Hương Sen: Xuân, Phật Đản, Vu Lan* (Hương Sen Newsletter: Spring, Buddha Birthday and Vu Lan, annual/ Mỗi Năm).

2. *Danh Ngôn Nuôi Dưỡng Nhân Cách - Good Sentences Nurture a Good Manner.*

3. *Văn Hóa Đặc Sắc của Nước Nhật Bản-Exploring the Unique Culture of Japan.*

4. *Sống An Lạc dù Đời không Đẹp như Mơ - Live Peacefully though Life is not Beautiful as a Dream.*

5. *Hãy Nói Lời Yêu Thương-Words of Love and Understanding.*

6. *Văn Hóa Cổ Kim qua Hành Hương Chiêm Bái -The Ancient- Present Culture in Pilgrim.*

7. *Nghệ Thuật Biết Sống - Art of Living.*

8. *Nhật ký Hành Thiền Vipassana và Kinh Tứ Niệm Xứ - Diary: Practicing Vipassana and the Four Foundations of Mindfulness Sutta.*

9. *Dharamshala - Hành Hương Vùng Đất Thiêng, Ấn Độ, Dharamshala - Pilgrimage to the Sacred Land, India.*

1.4. SÁCH CHUYỂN NGỮ

1. *Xá Lợi Của Đức Phật* (Relics of the Buddha), Tham Weng Yew.

2. *Sen Nở Nơi Chốn Tử Tù* (Lotus in Prison), many authors.

3. *Chùa Việt Nam Hải Ngoại* (Overseas Vietnamese Buddhist Temples).

4. *Việt Nam Danh Lam Cổ Tự* (The Famous Ancient Buddhist Temples in Vietnam).

5. *Hương Sen, Thơ và Nhạc* – (Lotus Fragrance, Poem and Music).

6. *Phật Giáo-Một Bậc Đạo Sư, Nhiều Truyền Thống* (Buddhism: One Teacher – Many Traditions), Đức Đạt Lai Lạt Ma 14th & Ni Sư Thubten Chodren.

7. *Cách Chuẩn Bị Chết và Giúp Người Sắp Chết-Quan Điểm Phật Giáo* (Preparing for Death and Helping the Dying – A Buddhist Perspective)

2. ALBUMS NHẠC
Từ Thơ Thích Nữ Giới Hương

1. Đào Xuân *Lộng Ý Kinh* (The Buddha's Teachings Reflected in Cherry Flowers).

2. *Niềm Tin Tam Bảo* (Trust in the Three Gems).

3. *Trăng Tròn Nghìn Năm* Đón *Chờ Ai* (Who Is the Full Moon Waiting for for Over a Thousand Years?).

4. Ánh *Trăng Phật Pháp* (Moonlight of Dharma-Buddha).

5. *Bình Minh Tỉnh Thức* (Awakened Mind at the Dawn) (*Piano Variations for Meditation*).

6. *Tiếng Hát Già Lam* (Song from Temple).

7. *Cảnh* Đẹp *Chùa Xưa* (The Magnificent, Ancient Buddhist Temple).

8. Karaoke *Hoa* Ưu Đàm Đã *Nở* (An Udumbara Flower Is Blooming).

9. *Hương Sen Ca* (Hương Sen's Songs)

10. *Về Chùa Vui Tu* (Happily Go to Temple for Spiritual Practices)

11. *Gọi Nắng Xuân Về* (Call the Spring Sunlight).

12. Đệ *Tử Phật*. Thơ: Thích Nữ Giới Hương, Nhạc: Uy Thi Ca & Giác An, volume 4, năm 2023.

Mời xem: http://www.huongsentemple.com/index.php/ kinh-sach/tu-sach-bao-anh-lac

www.ingramcontent.com/pod-product-compliance
Lightning Source LLC
Chambersburg PA
CBHW071257130726
47998CB00003B/1236